நன்னயம்

நன்னயம்

நேசமித்ரன்

நன்னயம்

Nannayam © 2019 Nesamithran

First Edition : January 2019
by Ezutthu Prachuram
(An imprint of Zero Degree Publishing)
ISBN: 978 93 87707 73 3
Title No. EP: 41

All rights reserved. No part of this publication may be reproduced, stored in a retrieval system, or transmitted, in any form or by any means, electronic, mechanical, photocopying, recording, psychic, or otherwise, without the prior permission of the publishers.

Zero Degree Publishing
No. 55(7), R Block, 6th Avenue,
Anna Nagar,
Chennai - 600 040

Website : www.zerodegreepublishing.com
E Mail   : zerodegreepublishing@gmail.com
Phone   : 98400 65000

Cover Art : Rishi
Layout : P.Subash Chandrabose

முன்னுரை

அன்றாட வாழ்க்கை நெருக்கடிகளும் ஆண் பெண் உறவுச் சிக்கல்களுமே இன்றைய தமிழ்க் கவிதையின் பாடுபொருளை பெரு மளவுக்கு ஆக்ரமித்திருப்பதாகத் தோன்றுகிறது. தமிழ்நாட்டைப் போன்ற ஒரு பைத்தியக்கார வாழ்வியல் வெளியில் அதற்கான முழு நியாயமும் கூட இருக்கிறது. கலாச்சாரத்தை முற்றாக இழந்து விட்டு அதை இழந்தது கூடத் தெரியாமல் பணத்தையும் போலி சந்தோஷங் களையும் தேடி ஓடிக்கொண்டிருக்கும் தமிழரின் வாழ்வைப் பற்றி எழுத ஏராளம் இருக்கிறது. அதேபோல், மனித குல வரலாற்றிலேயே இல்லாத அளவுக்கு இன்றைய காலகட்டம் ஆண் பெண் உறவுச் சிக்கலின் உச்சத்தில் நிற்கிறது. ஒரு கவிஞனால் இதைத் தாண்டி சிந்திக்கவே முடியாதபடி அவனை இறுக்கிக் கொண்டு கிடக்கின்றன இந்த இரண்டு பிரச்சினைகளும்.

தற்காலத்திலிருந்து மீண்டு சற்றே பின்னோக்கிப் பார்த்தாலும் கடந்த 2000 ஆண்டுக் கால தமிழ் இலக்கிய வரலாற்றில் தத்துவம் சார்ந்த கவிதைகள் இல்லை என்றே சொல்ல வேண்டியிருக்கிறது. வள்ளுவனையும் கணியன் பூங்குன்றனையும் கூட வாழ்வியல் நெறிசார்ந்த போதனையாளர்கள் என்றுதான் சொல்லலாமே ஒழிய தத்துவம் சார்ந்தவர்கள் என்று சொல்ல முடியவில்லை. ஆனால் சம்ஸ்கிருதத்தில் தத்துவத்துக்கு மிக நீண்ட மரபும் பாரம்பரியமும் இருக்கிறது. ரிக் வேதத்தில் வரும் நாஸதீய சூக்தம் அது எழுதப்பட்டு சில ஆயிரம் ஆண்டுகளுக்குப் பின் ஐரோப்பாவில் 'அறிமுகமான' எக்ஸிஸ்டென்ஷியலிஸத்தைப் பேசுகிறது.

அங்கே சூன்யமும் இல்லை; இருப்பும் இல்லை.
அங்கே காற்றும் இல்லை; சொர்க்கமும் இல்லை.
எல்லாவற்றையும் சூழ்ந்திருந்தது எது?
எல்லாம் எங்கே இருந்தது?
யார் இதையெல்லாம் கவனித்துக் கொண்டது?
அங்கே மரணமும் இல்லை; ஜனனமும் இல்லை.
இரவும் இல்லை; பகலும் இல்லை.

இப்படியாகப் போகும் அந்தப் பாடல் இவ்வாறு முடிகிறது:

ஆனால் கடைசியில் யாருக்குத் தெரியும், யாரால் சொல்ல
முடியும்,
இது எல்லாம் எப்படித் தோன்றியது, எப்படி வந்தது என்று?

சிருஷ்டிக்குப் பிறகுதான் கடவுள்கள் சிருஷ்டிக்கப்பட்டிருக்க
வேண்டும் எனவே சிருஷ்டியின் ரகசியத்தைக் கடவுள் எப்படி
அறிந்திருக்க முடியும்?

எல்லா சிருஷ்டிக்குமே சிருஷ்டிகர்த்தா இருக்க வேண்டும்
என்றால் அந்த சிருஷ்டிகர்த்தாவுக்குத்தான் - அது ஆணா
பெண்ணா தெரிய வில்லை - இதெல்லாம் தெரிந்திருக்க
வேண்டும்; ஒருவேளை தெரியாமலும் இருக்கலாம்.

இந்தப் பாடலின் கடைசி வாக்கியம்தான் கவி மனம். இத்தகைய
தத்துவார்த்தம் ஏன் தமிழ் மரபில் இல்லாமல் போனது என்ற ஆராய்ச்சிக்
குள் நான் போகவில்லை. சமகாலத் தமிழ்க் கவிதையிலும் குறிப்பிட்டுச்
சொல்லும்படி தத்துவார்த்தச் சிந்தனைகள் இல்லை என்றே சொல்ல
வேண்டும். விதிவிலக்காக ஒன்றிரண்டு பேர். என் தலைமுறையில்
தேவதச்சனும் எஸ். சண்முகமும். இந்தத் தலைமுறையில் ஒரே ஒருவர்
தான் எனக்குக் காணக் கிடைக்கிறார். அவர் நேசமித்ரன்.

நேசமித்ரனை நான் சந்திக்கும் போதெல்லாம் அவர் என்னோடு
ஏழெட்டு மணி நேரம் உரையாடுவதை அனுபவம் கொண்டிருக்கிறேன்.
அப்போது அவரை விட நான் முப்பது ஆண்டுகள் மூத்தவன் என்ற
எண்ணமே தோன்றாது. 3000 ஆண்டுகளுக்கு முன்பு கிரேக்கத்தில்
இருந்த தத்துவார்த்த உரையாடல் மரபே இங்கு நேசமித்ரனின் மூலம்
மதுரையில் தொடர்கிறது என்று நினைப்பேன்.

பொதுவாக தத்துவமும் கவிதையும் இணைவதில்லை. (அதற்கும் விதிவிலக்காக இருந்திருப்பது வேதமும் அதன் மரபில் வந்த அற்புதக் கவியான ஆதி சங்கரனும்.) காரணம், விஞ்ஞானத்தைப் போலவே தத்துவமும் உணர்வுகளைப் புறந்தள்ளி தர்க்கத்தை முன்னெடுக்கிறது. கவிதையோ இதற்கு மாறாக, தர்க்கம் - அ-தர்க்கம் என்ற நிலைகளைத் தாண்டி பித்த நிலைக்குச் சென்று விடுகிறது. ஆக, தர்க்கம் - பித்தம் என்ற இரண்டு எதிர்நிலைகளைக் கொண்ட ஒரு இருப்பு சாத்தியம்தானா? சாத்தியம்தான் என்கிறது நேசமித்ரனின் இந்தத் தொகுப்பு.

- சாரு நிவேதிதா

1. ஒத்திகை

சர்க்கஸில்
கத்தி எறிகிறவன்
ஒத்திகை பார்க்கும்
மதிய நேரத்து
கடல் வெயில்

எவ்வளவு தைரியமாய் ஒரு
சீகல் பறவை

2. மாலைநேர குடும்பச் சித்திரம்

ஒளியைக் கற்பனை செய்து
தான் வரையும் வீட்டுப்பாடச் சித்திரத்திற்கு
ஒவ்வொரு வண்ணமாக
தேர்ந்தெடுக்கிறாள்
நிலா வரைய
சட்டென்று வளையலைக் கழற்றி
பென்சிலால் ஒரு தேர்ந்த சுழற்சி
வளையலை நிலை திருப்பியதும்
பிறகு த்ருப்தி என்கிற மாதிரி
பென்சில் துகள்களை ஊதி விடுகிறாள்
ஒளி பெற்று சுழலத் துவங்குகிறது
சகலமும்
நாள் கூலியை
சீட்டுக்காசுக்கு எடுத்து வைக்க
நினைத்தபடி வீடு நோக்கி
வெரசநடை போட்டபடி
பெரிய எட்டுகளோடு வந்தவளை
'கடைசிக்கூறு மீன்
எடுத்துட்டுப் போ! பெறவு கூட குடு'
என்ற குரல் சலனப்படுத்திவிட்டது
கழுவி வயிற்றில் கீறி

குடல் கழிவுகளை எடுக்க
விரல் நுழைத்து

அவள் போட்ட பிறையும்
மகள் நிலா வரைந்த அதே
லாவகம்தான்
'கவிச்சிக் கையா இருக்குடி இவளே!
இந்த கொண்டைய ஒரு சுத்து சுத்தி
செருவி விடு' என்ற குரலுக்கு
அவள் தலை பின்னால்
ஒளிவட்டம் வரைவது போல் சுற்றி
பரிவட்டம் செருகுவது மாதிரி
அள்ளி முடிந்த மகளின் கை
நிரூபணம்
பௌர்ணமி வெளிச்சத்தில்
'கண்ணுதாண்டி துப்பாத முழுங்கு'
என்று உருண்டை பிடித்து
ஊட்டுகிறவள்
வட்டிலில் பிடித்து வைத்த
முதல் உருண்டையில் மட்டும்
ஞாபகத்தின் உப்பு அதிகமிருந்தது

3

வேரடி மண்ணை
அறுத்துப் போன
வெள்ளம்
வடிந்து விட்டது
காற்றில்
என்ன சத்தியம் செய்கின்றன வேர்கள்
நதியை சாட்சியம் வைத்து

4. தகப்பனாய் இருத்தல்

தன் தகப்பனை உணர்தலில் இருந்து
துவங்குவது
மூத்திரச்சுவைக்கு பழகுவது
உண்ணும் போதே
பாதியில் மலங்கழுவிவிட்டு
மீண்டும் அமர்வது
பாதி இராவில் காரணமே
தெரியாமல்
அழுகிற சிசுவுக்கு முன்
செய்வதறியாமல்
கண்ணீர் கசிவது
தன் சுயம் நசிந்து
தன் பிடிவாதங்கள் தளர்ந்து
தன் கர்வம் அழிவதை
மகிழ்வோடு பார்த்திருப்பது
முதன் முதலில்
ஒரு ஆணின் முன் அஞ்சுவது
ஒரு பெண் முன் மண்டியிடுவது
பார்வையால் ஒரு ஓடு வரைந்து
அது உடையாமல் இருக்கப்
பதறுவது
ஒரு சிறிய நோய்க்கு
தன்னை எடுத்து

பிள்ளை காக்கும்படி இறைஞ்சுவது
கைகளுக்குச் சிறகாக கற்பிப்பது
பாதங்களுக்கு நீந்த
பயிற்றுவிப்பது
அச்சாணி கழன்றாலும்
விரல் நுழைத்து சிரித்தபடி
மகனுக்கு பம்பரத்திற்கு
கொய்யாக் கட்டை செதுக்கித் தருவது
எல்லா நஞ்சையும் வடிகட்டும்
நுரையீரலாய்த் தன்னை மாற்றிக் கொண்டு
ஒரு உலகுயர்ந்த
வைரத்திற்கான வெல்வெட்டாய்
தன் உள்ளங்கையை மாற்றிக் கொள்வது
மெல்ல ஒரு பருவத்தில்
நீருக்குள்
ஒரு கண்ணாடிச் சிமிழ் போல்
தன் இருப்பை மாற்றிக் கொள்வது
கவனக் குறைவை கையாலாகாத்தனத்தை
குற்றவுணர்வாய் மாற்றிக் கொள்வது
கடன்படுவது பிச்சையெடுப்பது
பதறிக் கதறுவது
அவமானம் தாங்காமல் குறுகுவது

சகலத்தையும் தாங்கி ஊன்றி எழுவது
எப்போதும் தன் இன்மையில் உணரப்படுவது
இருப்பில்
விலக்கப் பட்ட கனியைச் சுட்டுவதால்
சபிக்கப் படுவது
எப்போதும் தன் இணைத் தண்டவாளமாக

முயன்று தோற்பது
ஆம் தகப்பனாய் இருப்பது
எந்த வயதிலும் மகளுக்கு தோளாகவும்
மகனுக்கு
வெட்கம் விட்டு உடைந்து அழவிரும்பும்
உள்ளங்கைக் குழியாகவும்
இருப்பது
தோழனாக பின் குழந்தையாக
ஒருநாள் இருந்தும் இல்லாமல் போவதும்

5

அழுகாததை சேமிக்கும்
றெக்கைகளின்
அசைவுள்ளவரை
உலகம்
உயவு குன்றாமல் சுழலும்

ஞாபகத்தில் உறைவதில்லை
எந்தச் சொலவடை மேகமும்
எந்தப் பெயரற்ற தேனீயும்
இந்தச் சொல்லை வடிவமைத்தவனும்

ஏதோ ஒரு குழந்தை நாவில்
'சேனைக்கு'த் தேன்
என்றோ ஒரு தேவாலயத்தில்
பிரார்த்தனைக்கு மெழுகாய்
இருக்கக் கூடும்

ஒரு கவிதைக்கு உழைப்பது
குழந்தைக்கு ஊதித்தரும்
பலூன் சந்தோஷம்
சமயத்தில் பலியிடவென்று
வளர்த்து நம்மை நாமே தின்பது

கடலில் மீன்களை
யாரும் விதைப்பதில்லை
வலைகளைப் பின்ன
கற்றுக் கொள்கிறோம்
குளிகைகளால் வெல்ல முடியாத
வலி
தன் இருப்பிடத்தை விட்டு
செல்ல முடியாமல் சாகும்
வளர்ப்புப் பிராணிகளை ஒக்கும்

6

நான் கொஞ்சம் புளிப்புள்ள
அப்பம்
அறைந்து கொள்ள விரும்பிய சிலுவை
இந்த நிலம்
சிலுவை என்னை
மூன்றுமுறை மறுதலித்தது
நான்
கீழ் இறக்கப்பட்ட பிறகும்
உயிர்த்தெழுந்து கொண்டே இருந்தேன்

7

மேகத்திற்கு அண்டையில்
நீந்துகிறது
தவறி விழுந்த எறும்பு
அதன் நீச்சல்
நீரையும்
நகரும் மேகத்தையும்
தைப்பது போலிருக்கிறது
எல்லாம்
மரநிழல் வரும் வரைதான்
பிறகு
தகப்பன் நுழைந்ததும்
முந்தானையை மூடி
முலையூட்டும் தாய்
பின்
அது மகவுக்கும் தாய்க்குமான
அந்தரங்க கணம்

8

இறந்த பறவையை
முகரும் நாய்
சலனமற்ற இரவுக் குளத்தை
தீண்டும்
நிலாக் கீற்று

அனிச்சையாய் நிகழ்ந்து விட்ட
முதல் ஸ்கலித
ஆடை கண்டு
பதறும் இளைஞனாய்
மெல்லிய நடுக்கத்துடன்
தாவரங்கள்

மிகப் பெரிய ஹார்மோனியத்தை
இசைப்பது
யாருடைய கரம்
கருநீலக் கடல் அசைகிறது
அலை வரிசை

சூரிய வானத்தின் நிறம் பிழிந்து
இருளில்
உயிர் திரட்டிப் பூக்கிறது
நிலத்தின் நீர்பரப்பெல்லாம்
நீலமலர்

9. வணக்குதல்

அங்குசத்தை எடுத்து
பாகன் கையில் கொடுக்கும்வரை
கும்கி யானைகள்
வதைத்தபடியே இருக்கின்றன
முன்னம் தாம் நின்ற குழியில்
முதுகில் காட்டுப் புழுதி படிந்த
ரோமம் உதிராமல் நிற்கும்
புதிய யானையை

10

வானவில்லின் ஒரு நிறம்
மங்கும் கணத்தில்
காண நேர்தல்
பூரணத்திற்குப் பிறகான கணம்

இலகுவான பாரங்களுடன்
வாழ அறிவுறுத்தப்பட்ட உடல்
ஆட்கள் குறைவான பேருந்துக்கு
காத்திருக்கிறது
ஓடும் நதியில் மீன்குஞ்சுகள்
பிரிவதற்கும் தொலைவதற்குமான
இடைவெளி
ஓய்வகங்களில் வசிப்பவர்கள்
மெல்ல மறைந்து போவது
மண்ணுள் வளரும்
தோல் அடர்ந்த தானியங்கள்
பிறகொரு நாள்
தோல் நீக்கி
விதைக்கப் படுவதும் வளர்வதும் போல்
ஞாபகத்தைச் சுத்திகரித்தபடி
சருமம் சுருக்கம் பெறுகிறது
சகுனங்கள்

ஆயுத்தத்திற்கும்
நீட்சிக்கான பிரயாசைக்கும் இடையே
சோழி வீசியபடி இருக்கின்றன
பற்கள் உதிர்ந்த
வேட்டை மிருகத்தின்
தனிமை
நகங்கள் மீண்டும் வளராத
பறவைகளின் மெலிவு
நிச்சயமற்ற பௌர்ணமி
உறுதியற்ற சூரியன்
சுழற்சியில் இறக்கைகள்
மறைந்து போகின்றன

11

சாதாரண
வலியை வென்றேன்
என்பதைத் தவிர
பெரிய சாதனைகள்
ஒன்றுமில்லை
சகலத்திற்கும் பிறகு
உயிர்த்திருப்பதற்கே
இவ்வளவும்
இதை எந்தக் கல்லறையிலும்
எழுத வேண்டியதில்லை

12

ஒரு சமன்குலைவிலிருந்து
இயல்புக்குத் திரும்புதல்
காட்டுத்தீயில் எரிந்த
முட்டையிட்டிருந்த கூட்டை
ஒரு பறவை
மீண்டும் கட்டத் துவங்குதல்
இழந்த கரத்தின் வேலைகளை
இன்னொரு கைக்குப் பழக்குதல்
மனநோய் விடுதியில் இருந்து
மீண்டவளிடம்
நலம் விசாரிக்கும்
சொற்களைப் பகிரஅஞ்சுதல்
இறந்தவரின்
தொலைபேசியிலிருந்து வந்த
தவறவிட்ட அழைப்புகளை
விசும்பாது கடத்தல்

13

பார்வையற்றவன்
உடுப்பு மாற்றுவதாய்
மேகங்கள் துழாவி மூடுகின்றன
கார்கால இரவு வானத்தை

காட்சிசாலையில்
பிரசவத்தில் தாயை இழந்த
குரங்கு
துணியால் செய்த தாயை
அணைத்து உறங்குகிறது
ஞாபகத்தைத் தழுவி
துயில்கிறேன் நான்

தான் உரித்த சட்டையை
தானே உண்ணும்
மலைப்பாம்பு வாய் இந்த
மழையுண்ணும் பூமியின் சித்திரம்

அன்பு
சுயத்தின் பலிமேடையை
நக்கும் நாய்
பிறகு பேய்க்கு வாலாட்டும்

ஆட்டுக் கிடை உறங்கும்
பஞ்சாரத்தின் மேல் பெய்கிறது
மழை
கரும் பக்குவம் அடைந்த காயத்தை
பஞ்சால் ஒற்றியெடுக்கும்
செவிலியாக

14. ஞாயிறு மாலைத் தேநீர்

சாவகாசத் தென்றல்
துப்பட்டா நூலை மட்டும்
கொஞ்சி விட்டுப் போகிறது
எங்கிருந்தோ கேட்கும்
ராமனின் மோகனம்
டைப்ரைட்டரின் பக்கமுடிவு
எச்சரிக்கை மணியளவு
ஒரு ட்ரிங்
சைக்கிள் பூக்காரர்
'நாளைக்கு ஸ்கூல் லீவு' என
அடம்பிடிக்கும் குழந்தை
விடைபெறும் விருந்தாளிகள்
சட்டென்று குடிகாரர்கள் அற்றுப் போன
நகரத்தின் தூய வீதிகள்
புங்கை மர இலைகளைக் கூட்டி எரிக்கும்
அந்திநேரப் புகை
ஒரு கோடையின் நாளிறுதி
எதேச்சையாய்க் கண்டு
காலண்டரில் குறித்து வைத்திருந்த
ஒரு மரணத்தின் நினைவு நாளை
வேகமாக கிழித்தேன்
இந்த விடுமுறை நாள்
அதன் மந்தமான மௌனத்துடன் முடிவதில்
யாதொரு நட்டமும் இல்லை

15

கடுக்காய் மை தொட்டு
முள்ளம்பன்றி முள்ளால்
எழுதிய வாழ்த்துக் கவிதை
சாலையில் வரைந்த
சாக்பீஸ் சித்திரமென
டயர் டயராய்
ஒட்டிக் கொண்டு அழிகிறது

16

கொன்ற உயிரை
தின்பதற்கு முன் பிரார்த்திக்கும்
உணவு மேசையின் மௌனம்
எங்கும்

கூப்பிய அல்லி மொட்டுகள்
இலையுதிர் காலத்தை உண்ட
பழுப்பு நிற கண்டத்துடன் நுணல்
தாமிரம் பூசிய நீர்ப் பாகமும்
பச்சை பூசிய வான்பாகமும் கொண்ட
இலைத்தட்டுகள்
திருப்பலிக்குப் பின்
பிட்டுத் தந்த அப்பமாய்
மிதக்கும் பிறை

வெகுதூரம் அலைந்து
துதிக்கை மூச்சுப் படர
நீர் பருக வந்திருக்கும் யானைக்குட்டி
வானத்தையும் சேர்த்து
உறிஞ்சத் துவங்கி விட்டது
இப்படித்தான் பின்சாமங்களில்
பாலுண்ண அழும் குழந்தைகள்
ஊடலை முறித்து வைக்கிறார்கள்

17. காலம்

கண்ணாடியின் முன்பக்கம் பகல்
முலாம் உள்ள பின்புறம் இரவு
ஒப்பனைகளை விட
நிர்வாணத்தை
துல்லியமாய்க் காட்டுகின்றன
நீர்நிலைகள்
நினைவுச் சாம்பலை உண்டு
நீந்திக் கொண்டே இருக்கிறது
காலம்

18

மன்னிக்க முடியாத தூரத்தை
திரும்பிப் பார்க்கும் தருணத்தை
அடைதல்
ஒரு ஒளிக்கோள் எரிந்து
தீர்ந்து
ஒரு கருந்துளையாகி
விழுங்கத் துவங்குவது

அனுமதிப்பதற்கும்
தடையிலிருந்து விலக்களிப்பதற்குமான
அன்பின் நடத்தையிலிருந்து
மண் கிளைப்பதை
உணரக் கூடுவதில்லை

இன்மை
நீரற்ற பாலை நிலத்து
சர்ப்பத்தின் விஷமாய்க் கெட்டித்து
விஷப்பைகளில் சேகரமாவதை
பிறை நிரம்புவதைப் போல்
வேடிக்கைப் பார்க்கிறது
கடல் நீலம்

விதைகளாகவே கனியும்
தாவரத்தின் உதிர நிறமிகள்
சொற்களைப் போல்
சேமிக்கப் படும் நாள்
தொலைவில்லை

சர்ப்பத்தின் வேட்கை
கருந்துளையாகும் தகன இரவில்
முதலில்
நிலவைத்தான் கொத்திப் பார்க்கும்
கிரகணப் பிரிவு

19. டாக்கிங் டாம் பூனையின் தோழிகள்

டாக்கிங் டாம் பிம்பத்தோடு
பேசிச் சலித்து அழுகையோடு
உறங்கும் குழந்தைகள் நிரம்பிய நகரம்
இது
நிழல் அடர்வு குறைந்து
மெல்ல ஒளியாக மாறுவதை
பால்கனியின் பிரம்பு ஊஞ்சல்
வெறித்து
சிப்ஸ் கொறித்தபடி
தனிமை உணர்தல்
பொற்காலத்திற்கான
விலையென்று பெயரிடப் பெற்ற
தண்டனை
மனப்பாடமாகி விட்ட வசனங்களோடு
ஏசி ரிமோட்டோடு
ஜோடி சேர்ந்து குழப்பும்
சலித்தெறிந்த டிவி ரிமோட்
வெல்வதில் உள்ள பரவசம்
தீர்ந்த கணிணி ஆட்டங்கள்
காற்றுக் குறைந்த பலூனைத் தழுவி
வெறுமனே
நீந்துவதைப் போலாக்குகின்றன
பொழுதை
சரணாலயத்தின் விலங்குகள்
அறியாமல்
கண்காணிக்கும் காமிராக்களாய்

ஏதேனும் இரண்டு கண்கள்
எப்படியோ
பின் தொடர்ந்து கொண்டே அலைகின்றன
அந்தக் கண்கள்
யாரும் பார்க்காத போது
பார்க்கப் பழகி இருக்கின்றன
அந்தக் கரங்கள்
எதேச்சை போல் நடிக்கும்
ஆடைவிலக்கும்
தீண்டல் பழகியவை
தப்பிதங்களை அனிச்சை என்றும்
நம்பும் குழந்தைமைதான் அவர்களது பசி
நஞ்சும் யாருக்கோ எச்சில்தான்
ஆம்! கோழைகளும் நீசர்களும்
எதிர்ப்பற்ற
எளிய உடல்களையே தேர்கிறார்கள்
கதறல்களில் கிளறும்
மனவியாதி தொற்றிய அவை
தற்கொலைக்கு நகர்த்தும்
குரூரவழிகளைப் பழகியவையாய்
இருக்கின்றன
வளர்ச்சியற்ற பசும் உடல்கள்தான் அந்த

பிரேதப் புழுக்களுக்கு இரத்தம் பாய்ச்சுகின்றன
மேகப் பொதிகளில்
வானவில் வரையும் கனவுகள் கொண்ட
மென்னுலகில்
பூதங்களைப் போல் பிரவேசிக்கிறார்கள்
பூதங்கள் சாக்லேட் தருபவையாய் இருக்கின்றன
பூதங்கள் ஒரே ஒரு முறை என்று
கெஞ்சுபவையாய் இருக்கின்றன
பூதங்கள் சிறிய தவறுகளை
சொல்லி சொல்லி மிரட்டுபவையாய் இருக்கின்றன
அவமானங்களை பணயமாக்கி
மீண்டும் மீண்டும் வதைப்பவையாய் இருக்கின்றன
பூதங்கள் இண்டர்னல் மார்க் போடுகிற
பேனாவாய் இருந்து தொலைக்கின்றன
விரல் முனையில் வெற்றுடல்
காட்சிப்படுத்தும் விஞ்ஞானம்
பிறழ்ந்த பிசாசை வெறியூட்டி
நச்சுக் குப்பியாக்குகிறது
செவி கேளா குரலற்றவர்களின்
தேசிய கீதமாய்
செய்கைகளைப் புரிந்து கொள்வதற்குள்
சகலமும் முடிந்து

சருகுகளாக்கப் படுகின்றன தளிர்கள்
அப்போது உடல் நடுங்க
அச்சிறுமிகள் பிரார்த்தித்தபோது
அவர்களோ செவிடாய் இருந்தார்கள்
சப்தமிடாதே என்று அடித்தபோது
யாரேனும் தேவதை

காப்பாற்ற வரக் கூடும் என்று
நம்பிக் கொண்டிருந்தபோது
அம்மிருகங்கள் மும்முரமாய் இருந்தன
'யாரிடமும் சொன்னால்' என்று
விழியுருட்டப்பட்டபோது
வாய் பொத்திய விசும்பல்களிடையே
காரணமே தெரியாமல் வதையுற்ற போது
அவள் கடைசியாய் அழைத்தது
நம்மில் யாரோ ஒருவரின் பெயரைத்தான்
கைவிட்ட நம் பொன்னுலகோ
புனிதத்திற்கும் வலிக்கும்
உள்ள தூரத்தை
மரணங்களால்
அளந்து கொண்டிருக்கிறது

20

மீனின் எலும்புக் கூட்டைப் போலத்தான்
ஒரு இலையின் நரம்புக் கூடும்
இது கடலாகவும் அது காற்றாகவும்
அணுப் பொழுதே போதும்
ஒரு நீர்ப்பறவை
மீனை அரைகுறையாய்த் தின்று
நீளவட்ட
முட்டையிட்டிருக்கும் கிளையில்
மீத மீனை
மொய்த்துக் கொண்டிருக்கும்
எறும்புச் சாரை
பூமியுள் ஒளித்து வைக்கிறது
கடலின் தசையை

21

பெரிய விழைவுகளற்ற காலங்கள்
நீர்ப்பறவையின்
காதற் காலத்து நீச்சலில்
மெல்லியதாய் சிறகு வருடும்
காற்றால் சூழப்பட்டிருக்கிறது

குழந்தையின் கொலுசுகளை
மீள ஒளிர வைக்கும் சாவகாசமுடைய
தாயின்
மேல் சூடற்றுப் படரும்
முன்மதியத்து முற்ற வெளிச்சம்
எவ்வளவு மிளிர்வு

22

நிலவென்னும் கருங் கொற்றக்
குடையின் கீழ்
கடல் தசமப் பின்னங்கள்
எழுதிப் பழகும்
பின்னிரவு
கனவுள்
சலங்கை பற்றி எரிகிறது
காற்று இக்கலத்தின் துறைவன்
இந்த இரவு
இன்னும் கரிப்பேறட்டும்
அலையொாதுக்கிய மெல்லுடலிகளுக்கு
பாறைகளிடையே அலைவுறும்
இப்பூனையின்
வழுக்காத பாதங்கள்
சிதைந்த நண்டின் ஓட்டுக்கு முன்
பிரார்த்தனை போல் கரையும் காகங்கள்
விற்கத் தரம் பிரிக்கும் பரதவர்களின்
தட்டில் கண்கள்.. கண்கள்...
நட்சத்திரங்கள் மங்கத் துவங்குகின்றன
இந்த உலகின் மறுகரையில்
நம்மைப் போல் யாருக்கேனும்

உதடுகள் உப்புப் படிய
தன் முதல் தேனீரை

பருக வாய்த்திருக்கலாம்
அவர்களுக்கும் கடற்காகங்கள் வழி
நாம் கடல் முன் சொன்ன 'களித்திருங்கள்'
கேட்பதாக.
ஆமென்

23

குழந்தை இமைப்பதாய்
மென் தூறல்
சிராய்ப்பின் வரிகளில் இருந்து
மணற் துகள் துடைக்கும்
செவிலியின் கரத்தால்
இலை ரேகைகளை
வருடி எடுக்கிறது வானம்
சிறிய சுனையின்
உடையாத மிதக்கும் குமிழ்கள் மீது
ஒரு துளி
பாலருந்திக் கொண்டிருக்கும்
கன்னமேட்டில் ஒரு கண்ணீர்த்துளி
எல்லாம் நலம் மீளும்
சில எளிய தழும்புகளுடன்
இவ்வுலகு போதிக்கும் பேரன்பு
சந்தேகமில்லாமல் சாத்தானின் தாய்ப்பால்
அதன் ஈரத்தில்
ஆயிரம் தேவதைகளின்
கண்ணீர் உப்பு கலந்திருக்கிறது
மழை வலுத்துவிட்டது
இப்போது
மீன்கள் தம் உறைவிடங்களுக்கு
மகிழ்வோடு மீள்கின்றன
சற்று கூடுதலான துடியசைவுகளுடன்

24

மிருகத்தின் ரோமச் சருமம் மட்டும்
தாங்கும் குளிர்
நீர்ப்பிராணியின் நிர்வாணம்
சகிக்கக்கூடியவெயில்
இடையில்
எக்ஸ்ரே காகிதங்கள் எரியும் நீலநிறம்

ஒரு பக்கம்
ஒளி செத்துக்கொண்டே இருக்கவும்
கூடிய பூமியில்
இன்னொரு பக்கம்
புதிய வண்ணங்களோடு
பூத்துக் கொண்டேயிருக்கின்றன தாவரங்கள்
பின்னொரு பசித்த வயிற்றில்
கரு வளர்ந்த ஸ்கேன் தாளை
வாங்கிக் கொண்ட
அந்தத் தாதி உதிர்த்த புன்னகை
தாந்தேயின்
இரண்டு கரைகளிடையே மிதந்த
ஆர்கிமிடீஸின் நிலவு

25. அலகிலா விளையாட்டு

இதுதான்
இறுதிச் சுற்று என்பதை
கழுகு தீர்மானிக்கும்
அதே கணம்
தன்னை வட்டமிடும் நிழல் அடர்வை
இரையும் கவனித்து விட்டது
இரை என் வளர்ப்புப்பிராணி
இப்போது மூவரும் ஒரே திசையில்
ஓடுகிறோம்
குன்றிலிருந்து
கீழே இறங்க இறங்க
கழுகின் வட்டம்
நகர்ந்து நகர்ந்து வந்ததை
வேடிக்கை பார்த்துக் கொண்டிருந்த
வானம்
பெய்யத் துவங்கி விட்டது

26

குளம்புப் பிளவுகளின்
சேற்றுப் பிசுக்கு
இருபுறமும் லாடப் பிறை
மூச்சு
புழுதியும் சாம்பலும்
கலந்த புகையையெழுப்புகிறது
கட்டப்பட்ட கால்களுடன்
கொம்புகள் அழுத்திப் பிடித்திருக்க
லாடம் அடிக்கக் கிடக்கிறது மயிலை
தகப்பனுடன் வந்திருக்கும்
கால்களைச் சற்றே அகட்டி நடக்கும் சிறுவன்
அந்தப் பெரிய விலங்கின்
விலாக் கூட்டில்
காது வைத்துக் கேட்கிறான்
உள்ளே தாவரங்களின் பேச்சு
தூரத்துச் சீழ்க்கையொலி போல்
கேட்கிறது
கொல்லரின் தோல் துருத்திக்கு
உரிக்கப்பட்ட விலங்கு எது?
என்ற கேள்விக்கு இன்னும்
விடை தரவில்லை
தகப்பனும் கொல்லரும்

27

எப்படி இருக்கிறாய்?
எல்லாப் போதாமைகளுடனும்
யாருக்கோ சிலகணமேனும்
போதுமானவனாய் இருக்கிறேன்
ஏனிப்படி இருக்கிறாய்?
இருக்கிறேன் என்பதில் மட்டும்
நிறைவாய் இருக்கிறேன்
எப்படி என்பதெல்லாம் விமர்சனம்
மரணத்திற்குப் பின்
நினைவு கூர நேர்ந்தால்
எழுதிக் கொள்ளட்டும்
காலம் யாருக்கும் நிற்காது
என் கடிகாரம் உள்ளே இருக்கிறது
நீயெல்லாம் திருந்தவே மாட்டாய்
என் பாவங்களுக்காய்த்தான்
எந்தப் பாவமும் செய்யாமல்
ஞாயிறுதோறும்
ப்ராய்லர் கோழிகள் கொக்கிகளில்
தொங்குகின்றன
மீன்கள் கருவாடாய்க் காய்ந்து
திறந்த விழி மூடாமல்
பாவமன்னிப்புக் கேட்கின்றன

28

தோற்றவன் ஜெயிக்கத் துவங்கும்
சூதாட்டத்தின் சுவாரஸ்யத்துடன்
சுடர்ந்தபடி துவங்கினான் சூரியன்

சடுகுடு கோடுகளாகக் காயும்
மீன்வலைகளுக்குள் விளையாடியது
செல்ல மழை

வீதிகளில் நீர் மத்தாப்பு
சருகு நிறத்தில்
வெய்யில் போர்த்திய ஆடை
மெல்ல சாயமிழந்தது

குங்கிலிய மரத்தின் உடலெங்கும்
நகக் குறிகள் பதிப்பது யார்?

29. நோய் தின்ற நாயின் இறுதிப் பார்வை

சாட்டையால் அடித்துக் கொண்டு
கைகளின் தழும்புகள் அருகே கீறி
உதிரம் வடித்த கலைக் கூத்தாடியின்
இன்றைய காயங்களுக்கு
அந்தரத்தில் ஆடிய மகள்
களிம்பு பூசிக் கொண்டிருக்கிறாள்
கூடாரத்தின் வெளியே
கூண்டுகளில் வளரும் தேவாங்கின்
கண்ணில் காடில்லை
யாரோ ஒருத்தி
சீம்பாலை பீய்ச்சிக் கொண்டிருக்கும்
கழிவறை உள்ள நகரம் இது

சிலுவைக்குத் தேர்ந்த மரத்தில்தான்
பாவ மன்னிப்புக் கூண்டையும் செய்தான்
கல்லறைப் பெட்டிகள் செய்யும் தச்சன்

உன் சுண்டுவிரல் உதிரத்தை
சூப்பும் போது
ஒவ்வொருமுறையும்
இந்த மேகங்கள்
ஏன் கருக்கத் துவங்குகின்றன
சகா ?

30

இதுவரை சுரந்த எல்லா முலைகளும்
அரிந்தெடுக்கப் பட்டிருக்கின்றன
இந்த நாள் வரை சுடர்ந்த
சூரியனின் கடைசிக் கருந்துளை
எஞ்சிய நம்பிக்கையை
விழுங்கி விட்டிருக்கிறது
எண்ணெய்க் கிணறுகளில் இருந்து
வான் துளைத்த சுடர்
எஜமானனால்
காயப்பட்ட வளர்ப்புப் பிராணியாய்
காது தாழ்த்துகிறது
சகலரும் சலித்து விலகிய
நோயாளியின் கைவிடப்பட்ட
கழிவுக் கோப்பையாகி விடுகிறது
வாழ்வு
இந்த வலியை விட
மரணம் மேல் என்று
தோன்றும் கணத்தை
பரிகசிப்பதற்கென்று ஒரு புன்னகை
வைத்திருக்கிறேன்
என் ப்ரிய காயமே!
அதை நான் உன்னிடமிருந்தே பெற்றேன்
என்றாள்.

31. இம்மை

கால் இழந்தால்
வாழப் பழகும் ஒத்திகை மாதிரி
ஒளி நொண்டி
விளையாடிக் கொண்டிருக்கும் நதிக் கரையில்
அஸ்திப் பாண்டத்தை
நுகர்ந்து கொண்டிருக்கிறது நாய்
வாழ்வெல்லாம் பழிக்கப்பட்டவன் மீதான
நியாயங்களை
ஒரு திருட்டுப் பொருளைப் போல்
பொத்தி வைத்திருந்த உதடுகள்
இனி இல்லை என்றானபின்
கண்டெடுத்ததைப் போல் ஒப்புவித்து
தம்மை அவலத்திலிருந்து
பிரித்தெடுத்துக் கொள்ள பாவிக்கின்றன
கனியாய் இருந்தபோது கல்லெறியும்
புதைத்தபிறகு நீர்வார்ப்பும்
தாவரம் மட்டும்தான் தாங்கும்
மனிதர்களை
வாழும் போதே நேசியுங்கள்

32. வளரி நகரும் திசை

புகல் அற்ற விதைகள் மீது
படியும் பூஞ்சை
பசலை
நங்கூரத்தின் பச்சையாடையில் கிளிஞ்சல்
ஸ்கலிதக்கரை படிந்த உள்ளாடை
நீத்தாருக்கான அன்பு மட்டுமா உடன்கட்டை?
உள்ளார்க்கு ஏங்கி வதை ஏற்றல்
எதில் சேர்த்தி?
துச்சப்பட்ட அன்பு குறித்து அச்சமாயிருங்கள்
அது
வளரி நகரும் திசை

33

பெளர்ணமி மரங்களை
உரசி
சொக்கப்பனையாய் சப்திக்கிறது
காற்று

ஆகாயத்தின் பசலையை
மேவும் மேகங்கள்
ஓர் செல்லோ இசைக்கருவியின்
தந்திகளை துடைக்கும் மெல்லதிர்வை
ஒளியால் தியானிக்கும்

கோடி மெழுகு உருகிய
பிரார்த்தனைக் கூடமாய்
என் உள்ளம் கனத்திருக்கிறது

ஓர் பாறை ஓவியத்தின்
நூற்றாண்டு மௌனத்துடன்
உறங்குகிறது உலகம்

பூமியொடு
ஆதிநாள் பிறந்த பாறைகளின்
எந்தப் பருவத்தில்
தேரைகள் வசிக்கத் துவங்குகின்றன

சிமிட்டிச் சிமிட்டி
ஒரு காணவியலாத விழியாய்
அணைந்து திறக்கிறது
இக்காலத்தின் நொதி

ஊனமுற்ற ஆமை
நதியைக் கடக்கத் துவங்குகிறது
நிறைசூலி மேகம்
தாழப் பறக்கிறது
அதன் கண்ணாடி உடலில்

இருப்பு
இன்மையைப் போல்
துணைக்கு வரும்
வாழ்வில் நான் தனித்திருந்தாலும்
எல்லோரோடும் இருக்கிறேன்

பைத்தியத்தின் அங்க எழுச்சியாய்
சோம்பல் கடல் திமிருகிறது

34. இசைவற்ற கலவி

ஓய்ந்த பெருமூச்சாய்
காற்றின் சலிப்பு
தாவரங்களில் அசைகிறது

நீர்மேல் நடைபழகும் பிறையின்
நடைவண்டிச் சக்கரங்களுக்கு உயவில்லை
கடற்காகங்களின் கீச்சொலி
கேட்கிறதா?

தோலுக்காய் வளர்க்கப்படும்
பிராணி சினைப்பதை
எசமானன் விரும்புவதில்லை
எனினும்
ஒரு முதிர்ந்த கழுகின்
மழுங்கிய நகத்தை
பத்திரப்படுத்திக் கொள்கிறது
இரவுக் குளம்

ரோமத்தை தைத்து

அணிந்து கொள்ளும்
மங்கிய சூரிய நாள்களில்
வரும் கனவுகள்
ஏன் மஞ்சள் பூத்திருக்கின்றன என்பது
ரகசியப் புதிர்

ஒளியை இன்னும் மிருதுவாக்கி
அனுப்பலாம் இந்த மேகங்கள்

35

பறவைகள்
தம் நிழலால் உழுது
நன்றியை கொத்திக் கொத்தி விதைத்திருக்கும்
முற்றத்தில்
உன்னை 'இறக்கி'ப் போட்டிருந்த
கயிற்றுக் கட்டிலில்தான்
நிலா பார்த்து
உறங்கிக் கொண்டிருக்கிறேன்
குகைக்குள் இருந்து
சூரியனைப் பார்ப்பதாய் இருக்கிறது இது

இன்மையில் வளரும்
அன்பின் கிளைகள்
முன்பே
எம் பாவத்திற்கு மரித்த
ஆயிரம் சிலுவைகளுக்கு சமமாய்
நின்று கொண்டிருக்கின்றன

36

ஆஸ்பத்திரி போகும் வழியில்
மாட்டு வண்டியில் சீலை கட்டி
பிரசவம் பார்க்கப்படுகிற
பெண் வளர்த்த வண்டி மாடுகள்
கதறலுக்குக் கால் மாற்றுவதை
பார்த்திருக்கிறீர்களா?
இந்தப் பேய்மழை
சூரியனுக்குத் திரைகட்டி
விட்டிருக்கிறது
கால் மாற்றிக் கொண்டிருக்கின்றன
மரங்கள்

37. கேன்சர்

என் மஜ்ஜை சுரக்காத உதிரத்தில்
முதல் மூச்சு விடுகிறேன்
மறதி ஒரு கல்லறைக் கல்லாய்
என் காலங்களை மூடிக் கொண்டிருக்கும் போது
யாவரும் தின்று சலித்த பருவத்தில்
தன் கடைசிக்கனியை
ஏந்தி நிற்கும் தாவரக் கிளை
நான்

38. பிரார்த்தனை

மிக நம்பி
மந்திரவாதியின் பெட்டிக்குள்
ஒளிந்து கொள்கிற குழந்தையாய்
என்னை ஒப்புக் கொடுத்திருக்கிறேன்
புறாவாய் மாற்றிவிடு அல்லது ஒரு பூங்கொத்தாக
ஒரு பலூனாக
ஒரு கிளியாக
ஆனால்
மீண்டும் இருந்தபடியே
திறந்து விடாதே
ஒரு நம்பிக்கையை நம்பிக்கையாகவே
திருப்பித் தருவதில் உள்ள
புறக்கணிப்பின் பாரத்தை
எனக்குத் தாங்கும் திராணியில்லை

39. மகா நிர்வாணம்

நிழல் சுழன்று
திசைகாட்டியாய் நிற்கும்
இதே மின்விசிறிதான்
முன்னொருநாள்
கசாப்புக் கடை கொக்கிபோல்
ஒரு நிர்வாணத்தைச் சுமந்து நின்றிருந்ததாய்
போகிற போக்கில்
யாரோ சொல்லிச் செல்கிறார்கள்
இப்போது மதுக்குவளைகளில்
இரண்டு உள்ளங்கால்கள் மிதக்கின்றன
ஒன்றில்
மூன்று முத்துகள் வைத்த மெட்டி
கழிவறை ஷவர் பைப்பில்
ஒரு சாயமிழந்த
கோபி பொட்டு
இன்னும் புனைவை அலங்கரிக்கிறது
மூட்டைப் பூச்சி இருக்கிறதா என
மெத்தையைப் புரட்டுகையில்
ஒரு லிப் ஸ்ளாஸ் லேபிள்
ஒரு நாப்கின் கவர்
இருப்பதாக பாவித்துக் கொண்டது

மனது
ஆழ்ந்த உறக்கத்திற்குப் பிறகு

உடுத்திக் கொண்டு
சேகரிப்புடன் வந்திருந்த
ஹைபர் டென்ஷனுக்கான மாத்திரைகளை
Flush செய்துவிட்டு அறையை
காலி செய்தான்

40

தொழுத தெய்வமெல்லாம்
சபித்த பொழுதில்தான்
சாத்தான்
இன்னும் பெயரிடப்படாத மலர்கள் சூடி
விடாய்த் துணி கசக்கிக் கொண்டிருந்தது
இருப்பே மீப்பெரும் பிணியாகிவிட்ட
காத்திருப்பில்
கள்ளச்சாவி கொண்ட
குகைவழிகள் தேர்ந்தெடுத்தோம்
பிறகு என்ற சொல்
அந்தரத்து நிச்சயமற்ற மேகம்
விதை மட்குவதற்குள்
சுனையை
இடறித் திறந்தாக வேண்டியிருந்தது

41. மரித்த தேதிகள்

நெஞ்சறைந்து அழுது அரற்றிய
மரணம்தான்
'கண்டிசன்ஸ் அப்ளை' வாசகத்தின்
சின்ன எழுத்துரு அளவு
சுருங்கிப் போகிறது
ஞாபகத்திலிருந்து

வயிறு வானம் பார்த்தால்
கடல்
மீனைச் சுமப்பதில்லை

43

வேட்டைக்காரனின் கண்களுக்கு
மாமிசத்தின் நிறமே
குறியாய் இருக்கும் காடு
விரிசிறகின் வண்ணத்தைச் சூரியன்
பார்த்தால்தான்
பறவைக்கு அந்தப் பகல் நிச்சயம்
ஒரு தானியங்கிக் காமிரா
சகலத்தையும் பதிந்து கொண்டே இருக்கிறது

பூக்களுக்கெல்லாம்
தொட்டால் சிணுங்கி இலைகளைப்போல்
மலரவும் கூம்பவுமான
நிரந்தரத்தனத்தை
பயிற்றுவித்தது
யாருடைய உதடுகளாய் இருக்கும்? என்று
கவிதை எழுதிக் கொண்டிருந்தான்
பறவையைக் காதலிப்பவன்

அந்த நகரத்தின்
மாலை நேர ரயிலில்
புல்லாங்குழலில் இசைத்த பாடல்
யாருக்கோ பொருந்திப் போய்
நனைந்த கண்களை மறைக்க

மீதமிருக்கும் மினரல் வாட்டர் கேனை
முகத்தில் தெளித்துக் கொள்கிறார்கள்
அம்மா என்பவள் அன்பு செய்பவள்
பாத்திரத்திற்கு
தன்னை தயாரித்தாக
வேண்டும் இனி

44

பார்வையற்றவரின்
விழி விரிந்த சிரிப்பில்
படபடக்கும் இமைகள்
பியானோ கட்டைகளை
உற்சாகமாய் வாசிக்கிற விரல்கள்
யாருடையவை?

ஜெயஹே விற்குப் பிறகு
சல்யூட் வைக்கும் சிறுவர்களின்
உள்ளங்கை
ஓரிதழ் மட்டும் விரிந்த அல்லிகள் குளம்
அல்லது
வலையில் துள்ளும்
கண்ணாடிக் கெண்டைகள் மீது
சூரியக் கீற்று படும் தருணக் காட்சி
ரயில் ஜன்னல்களின் கையசைப்பு
பார்வை ஊஞ்சலின்
சங்கிலி அறுந்து
விழுந்த ப்ரேம்
ராட்டினக் கூண்டுக்குள்
உயர்ந்து தாழும்
கமலப் பாதங்களில்
ஒரு சும்பிய பாதம்

கிளைத் தூறும் அந்தியில்
விலைக்கு வாங்கிய பறவை ஜோடி
புதுக் கூண்டில்
கதறிக் கொண்டிருக்கிறது
இறக்கிப் பிள்ளைகளுக்கு
விளையாடக் கொடுத்து விட்டு
ஆம்புலன்ஸ் ஓட்டுநன்
ஸ்ட்ரெச்சரில் இருந்த
உதிரக் கறைகளைக் கழுவினான்
டீசல் கணக்குக் கொடுத்து விட்டு
உறங்கும் முன்
மனம் தாளாமல் விசாரித்தான்
பின்னர்
நிதானமாக
பறவைக் கூண்டைத் திறந்து விட்டு
புகைக்கலானான்
உறக்கத்தினிடையே குழந்தை
ஏதோ பேசத் துவங்கிற்று

45

ஒரு பலூனுக்கு
யார் பகைவன் இருக்கக் கூடும்
அதன் ஆயுளே அவ்வளவுதான்

இடைநிறுத்தத்தில்
பழுதான பேருந்தின்
கீழ் உறங்கும் நாய்

என்னைத் தூக்கி வைத்துக் கொள் என்று
சொல்ல பாஷை தெரியாமல்
குழந்தை
அழுகிற தற்காலிக அழுகை

என்றெல்லாம் தேற்றினாலும்
போதவில்லை
ஒரு நிராசைக்கு
தன்னையே தண்டிக்க பரிதவிக்கும்
சில்லு மூக்குடைந்த மனசு

46

காய்ந்த நதியில்
உதிரும் எரிநட்சத்திரம்
அதன்
பிரகாசத்தின் பின்னிருக்கும்
துயரத்தை யோசிக்காதவரை
அந்தக் காட்சி
பேரழகாய் இருந்தது
பிறகு
கொள்ளியிடப்படும் நதி
என்ற பதத்தை
ஒரு மந்திரம் போல்
உச்சரிக்கத் துவங்கிற்று காற்று

47. விடிவெள்ளி

மீனைக் கவ்வ
நீருள்
நுழைந்த பறவையின்
நாவில்
கடலின் உப்பே
சப்புக் கொட்ட
மிஞ்சியிருக்கிறது

48. உதிரிகள்

சூழாங்கற்கள்
எந்த ஆபரணத்தில் சேர்வதற்கும்
காத்திருப்பவை அல்ல
மீன்கள் முத்தமிட்டு
நதி உயரம் குறைந்தால்
தட்டான்கள் இளைப்பாற்றி
பின்னொரு நாள்
குழந்தைகள் கைகளில்
ஞாபகம் ஆகலாம்
மற்றபடி அவை மலைகளின் சேதியை
கடல்களுக்குக் கொண்டு செல்லும்
நெடும் பயணிகள்

பயணிப்பதால் மட்டுமே அழகாகும்
சூழாங்கற்களைத் தவிர
பயணிப்பதின் ருசியை
நீங்கள்
வேறு யாரிடம் கேட்டறிய முடியும்?

49

முடைவதற்காய்
கோரைகளைப் பரப்பி உலர்த்துபவளின்
விரல்களுக்கு உள்ள லயம்
பின்னிரவுக்
கிளையதிர்வில் உதிர்கிற இலைக்கு
குளத்தை
ஒளிபடர வரையும் காற்றுக்கு
வாய்த்திருக்கிறது

பிறந்த நாள் வாழ்த்து சொல்ல
அலாரம் வைத்த கடிகாரத்தை
மீண்டும் மீண்டும் சரிபார்க்கிற சிறுமி
இந்த மனசு

எல்லோரும் வந்து
யாருமே இல்லாமல் போகும்
ஓர் இடத்திலிருந்து
திரும்பிப் பார்க்காமல் நடந்து
வீடேகச் சொல்ல
ஒரு குரல் எல்லா ஊர்வலத்திலும்
இருக்கத்தான் செய்கிறது இல்லையா?
புணர்ச்சியே இல்லாமல்

சினை உளசிக்கு ஈன்று
பார்க்காத பிள்ளைக்கும் மடி தந்து
செத்துப் போகும்
ஒரு கறவையினமாய்
யாரையாவது
சந்திக்க வைத்து விடுகிறது
இந்த
அன்புக்குக் கையாலாகாத வாழ்க்கை

50

ஒரே நேரத்தில்
வெளியே இருந்தும்
உள்ளே இருந்தும்
தட்டப்படும்
கதவாய் இருக்கிறது
வாழ்க்கை

51. விவாகரத்து

கண்ணாடி பார்த்தபடி
நிதானமாக
தன் தலையை
மழித்துக் கொண்டிருக்கும்
தாயைப் பார்த்து
இன்னும்
சொற்களை கோர்க்கப் பயிலாத
குழந்தை அழுகிறது

உடைந்த பீங்கான் ஜாடிகள்
அந்தச் சொல்
அவளது தாயின் ஒழுக்கத்தை
சந்தேகமே இல்லாமல்
கணக்குத் தீர்த்தது
மதுக்குப்பி நொறுங்கிய தரைவிரிப்பு
வட்டச் சுழற்சி முறையில்
அவள் மர்ம உறுப்பைக் கசாப்பிட்டது
அடுத்தத்தடுத்த சொற்கள்
பல்தெரியும் தொலைக்காட்சிப் பெட்டி
இரண்டாக்கப்பட்ட மடிக்கணினி
கனப்பு அடுப்பில் வீசப்பட்ட கைபேசி

52

அறையெங்கும் வீச்சமெடுக்கும்
விசிறப்பட்ட ஆஸ்ட்ரே
முறையே நண்பர்களை, தந்தையை,
நாய்க்குட்டியை, பன்றியை, கழுதையை
அஃறிணைகளை சகலத்தையும் சகலத்தாலும்

மழை பக்கவாட்டில் நடப்பதை
மகளுக்கு வேடிக்கைக் காட்டினாள்
நாய் காற்றைக் கடிப்பதை
தலைகீழாய்ச் சுழலும் ஈயை
தவளைகள்
தண்ணீரை வனைவது போல் நீந்துவதை
சிலுவை ஏசுவைப் போல்
சோம்பல் முறிக்கும் மரங்களை
சுவரேறும் நத்தைகளை
யாவும் ஈரமாய் இருப்பதை
மரங்கள்
தம் நிறங்களுக்குத் திரும்புவதை
படுக்கையில்
இப்போது விஸ்தாரமாய் உறங்க முடிவதை
திடுக்கிடலற்று ஆடை மாற்ற முடிவதை

உடலில்
புதிய தீக்காயங்களுக்கான காரணங்களை
தேட தேவையற்றிருப்பதை
அற்றிருப்பதை
இருப்பதை

53

அன்பின் நல்வினைகள் சூழ்ந்த
இக்காலம்
நினைவுறுத்திக் கொண்டே இருக்கிறது
விடை பெறும் அந்தியின்
நிழல் பூதங்களை
இறைஞ்சித் தொடரும் கண்களை
நம்பிக்கையூட்டும் வாக்குறுதிகளை
ஒரு நீண்ட காத்திருப்பின் துவக்கத்தை
மீள்தலின் மீதான நிச்சயமற்ற கேள்விகளை
வெறுமையின் சமன் குலைவுகளை
விலகப் பிரியமற்ற உதடுகளை
அந்தரங்கங்களில் கசியும் வலியை
கைமாற்றிக் கொள்ளப் போகும்
நாட்குறிப்புகளை
ஒரு சாயமிழந்த காகிதப்பூவைப் போல
முகங்கள் மாறத் துவங்குவதை
எதிர் வரும் இரவுகளுக்கான
ஸ்பரிசச் சூட்டை
தழுவிச் சேமிப்பதை

54. வலசைப் போதல்

அந்தியில் சிங்கமாகும் கடலின்
பிடறி மயிரசையும் அலைகள்
தலையுயர்த்தி வான் வருடும்போது
மூக்கின் நுனி மினுமினுப்பு
பிறையாகி மேலெழுகிறது
கரையோர தெங்கங்கீற்றில்
சோம்பல் முறிக்கிறாள்
கம்பீரமான காற்றுப் பெண்
நீரை உழுதபடி
ஊடல் நெட்டி உடைக்கின்றன
நகக்கண் வடிவப் படகுகள்
யாருமற்ற தீவில்
வெண்மணற் பரப்பில்
நீராமைகள் நகர்ந்த தடம்
புரண்டு படுத்தவள் கணுக்காலில்
கொலுசழுந்திய தடம் வெறிக்கிறான்
சந்திரன்
இப்போது சிங்கத்தின் பிடறி
வேகமாய்ச் சிலும்புகிறது

55. தனி ஒருவள்

சூழாங்கற்களை நாவடியில்
விட்டுச் சென்றிருக்கிறது
பின்சாமத்துக் கனவு நதி
அலுவலகக் கழிவறையில்
மாற்றி வீசிய நாப்கினை
பார்த்தபின்
கனிவு கூடிய புன்னகையுடன்
தாமதத்தை
மன்னித்தவனுக்கான நன்றி
நல்லுணர்வாய்ப் படிந்திருக்கிறது
காலம் கைமறதியாய்
விட்டுச் செல்லும்
ஒரு நல் அந்தி தொடரும் நிலவை
பெருகி ஆடை நனைக்கும்
சீம்பால் சொட்டாய்த் ததும்பச் செய்கிறது
அலங்காரம் ஒரு சீருடையாய் மாறும்
பாவனை நாட்களில்
சிறிய நீர்க்கசிவுக்காய்
சிப்பிகள் அண்ணாந்திருக்கின்றன
கேளிக்கைப் பூங்காவின்
நீச்சறுக்குப் பாதையில்

ஒரு சிறிய குகை
சில கணத் தனிமை
இவ்வுலகின் எல்லாப் பாவங்களையும்
மன்னிக்கும் நிழலை
நான் அடைந்திருந்தேன்
பிள்ளைகள்
ஒரு முதிர்ந்த தாயோடு சேர்ந்து
அண்டைக் கல்லறையையும்
சுத்தப் படுத்திக் கொண்டிருக்கின்றனர்
நாளைக்கு திங்கட் கிழமை

56. ஆதாயமற்ற உடல்கள்

அடைமுடிந்த மணலை
ஓடுகளுடன் விசிறியெறிந்தபடி
இருக்கின்றன
கிளிஞ்சல்கள் துப்பும்
இந்நகரத்தின் கடல்
தன்னைத் தயை சூர்ந்து
உபயோகித்துக் கொள்ள மன்றாடும்
அவ்வுடலுக்குரியவரின் முகச்சுருக்கம்
மெய்க்கீர்த்திக் கல்லின்
துவக்க வாக்கியத்தை ஒக்கும்
கொண்டதற்கும் கொடுத்ததற்கும்
நடுவில்
ரோமங்கள் உதிர்ந்ததும்
சிறகு திறந்ததற்கும் மூடியதற்குமிடையே
கொஞ்சம் மகரந்தச் சேர்க்கை
முனைமழுங்கிய
சூழாங்கற்களில்
சிகரங்களின் வாசனையை
மீதம் வைத்திருக்கும்
நதி
பாடம் செய்யப் பட்ட தோலில் உள்ள

தோட்டாத்துளை
விசாரணையின் அவமானம்
கருப்பையை அகற்றிக் கொள்வதை
குடல் விலக்கம் என்று சொன்னால்
ஒப்புவாளா அவள்
குலதெய்வமாய் வழிபட்ட
மரத்தை அறுத்துச் செய்த
காலத்தின் சாட்சிக் கூண்டு
உபயோகம் தீர்ந்ததென
கைவிடப்பட்ட உடல்

57. ஞாயிற்றுக்கிழமை மழை

புதிய பாவங்களுக்காய் விடியும்
இன்னுமொரு திங்கட்கிழமையில்
கசாப்புக் கட்டைகளில் இருந்து பிறந்தது போல்
சூரியன்
அவ்வளவு சாபங்களுடன் ஜனிக்கிறான்
இரண்டு நாணயங்கள் குறைவாய் இருப்பதை
சைகையில் சொல்லும் குரலற்றவளுக்கு
பரிந்து உணவு ஈயும் கரத்தைப் போல்
கருணை கூர்ந்து நகர்கிறது
இரவில் துவங்கும் தொழிலகப் பணி
ஒருபோதும் நகராத கல்தேரை
இழுக்கும் குதிரைகள்
காலுயர்த்தி நிற்கும் கம்பீரம்
ஆட்டோமேசன் கதாகாலேட்சபங்கள்
சனிக்கிழமை இரவுக்காய்
மன்னிக்கப்படும் வாரத்தின் ஐந்து தேய்பிறைகள்
தவணைக்கு உழைக்கும்
குத்துச்சண்டை தொங்கு பைகள்
பாவனை யுத்தத்தின் சிப்பாய்கள்
எல்லோருடைய பிரார்த்தனைக்கும்
ஒலித்த காண்டாமணி மீது
சன்னமாய்ப் பெய்து
கழுவுவது போல் வழிகிறது
ஞாயிறு மாலை மழை

58. நண்பகல் நிலக்காட்சி

நாற்றங்கால் ஊடே
முற்றத்துக் கோலத்தின்
முதல் கம்பியை ஒத்து
பயணிக்கிறது பட்டுப்பூச்சி
வரப்பில் சிறிய இளைப்பாறல்
மெல்லிய காற்று
அசைவில்லாத தியானம்
ஓடையைக் கடந்தால்
செவ்வந்திக் கொல்லை
ஆனாலும்
ஏனோ வந்த திசையிலேயே
மீண்டும் எம்புகிறது அதன் கால்கள்
பிரசவ ஆஸ்பத்திரியில்
சகலரும் உறங்கிய இரவில்
பக்கத்து அறைக்கு வருபவன் போல் வந்து
கண்ணாடி வழி பார்த்து
திரும்பிப் போகும்
ஒரு ஓடிப் போன சகோதரனின்
இமைகளைப் பார்ப்பதாய் இருக்கிறது
அந்த நண்பகல் காட்சி

59

பிம்பத்தைப் பருகித் தணிந்து விட்டதாய்
பாவனை செய்யும் பசிக்கு
அல்லிவட்டத்தில் அமராமலே
கடந்து போகும் புள்ளினத்தின்
ஞானம் வாய்க்கவில்லை
பெண்டுலம் உண்மையில்
எதைத் தொட அலைகிறது
இடதும் வலதுமாய்
தண்டவாளத்தில்
அனாதரவாய் நிற்கும்
எஞ்சின் மேல் பெய்யும் மழைச்சித்திரம்
எந்த உணர்வு மதிப்பும் இல்லாதது
என்றபோதும்
ஒரு புகைப்படத்தில் விழுந்தபின்
கரிப்புச் சுவை கூடி நிற்கிறது
அன்பின் நிச்சயமற்ற ஆழங்கள்
எதனால் திறந்து கொள்கின்றன
ஒரு மன்னிப்பில் மெய்யாகவே நிறைவது
எது
அது கடைசி ரயில்
என்பதை
தனது செயற்கைக் காலை
கழற்றியபடியே நினைவுப்படுத்துகிறார்
பிளாட்பாரத்தின் இரவு வாசி

60

ஓடி ஓடி நதி வனைந்த
பாறையின்
மினுப்பேறிய தோள்ப் பட்டைக் குழியில்
புரள்கிறது
பொன்சங்கிலி வெயில்
வெட்கத்தில் சங்கிலி முனை கடிக்கும்
வழக்கம்
யாரிடமிருந்து தொற்றியிருக்கும்
அருவிக்கு
மேலும் கீழுமாய் அலைகிறது
ஓர் மீன் தின்னிப் புள்

61. நன்னயம்

புயல் கூண்டு ஏற்றப்பட்ட
நகரத்தில்
நேர்ச்சையை நிறைவேற்ற
கைப்பிள்ளையோடு அலைகிற
தாயின் மூச்சுக்காற்றுக்கு
அந்த நீர்ப்பம்பரம்
சற்றே நகர்ந்து சுழல்வதாக
திருப்பலிக்கான சாட்சிகளை
குலவையிட்டு அழைக்கும் அவளுக்கு
பறவைகள் மீதான நம்பிக்கை
எப்போதும் பொய்த்ததில்லை

62

கூண்டுக்குள்
உணவுக்காய்
மனித பாஷை பயின்ற கிளி
விடுதலையடைந்தபின்
தன் கூட்டைக் கட்டிக் கொள்ளப் பயில்கிறது
மருமணம் முடித்தவளின்
வாசல் வேப்பமரத்தில்

63

பலியிட்ட சேவலின் உடலோடு
பாம்பு நகர்ந்த பாதையை
பின் தொடர்கிறேன்
கூட நடக்கிறது நிலா
காத்திருங்கள்

64. 180 டிகிரி வானம்

180 டிகிரி வானம்
துள்ளி வெளியே விழுந்து விட்ட
வெண்முயல்
பங்குனிப் புல்வெளி
நீர்நிலைக்கு வரிசைப் பிந்திய
யானையின் பிரசவத்திற்கு சேர்ந்த
கூட்டம்
மகிழ்ந்து பிளிறியபடி
ஒவ்வொரு நிழலாய்
அன்பு முகந்து அலைகிறது
நுரையீரலால் மடியறியும் சிற்றுயிர்
ஒவ்வொரு புல்லிதழ் மீதும்
துளிகளாய் உடல் மீந்திருக்கும் இரவை
பருகுகிறது முயல்
பனிக்குடத்து நீரை
ஒளியால் உறிஞ்சி
மேகம் வளர்க்கிறது
180 டிகிரி வான் முயலை
மீண்டும் நெஞ்சுக் கூட்டுக்குள்
பொருத்திக் கொண்டேன்
மேகத்தை சுவாசித்தேன்
ஒரு புதிய கரிக் கன்றோடு
என் காடு விருத்தி கண்டாள்

65. வெள்ளம்

ஒரு பிசாசை வர்ணிப்பது போல்
முன் வந்த வெள்ளம் குறித்து
நகருக்குப் புதிதாய் வந்தவனுக்கு
வர்ணிக்கிறார்கள்
மின்தேக்கிகள்
மானம் சுமக்கும் உறுப்புகள் போல்
பொத்தி திணை ஏற்றம் பெறுகின்றன
நிலம்
கைவிடப்பட்ட நோயாளியின்
பெட்பேன் போல
மாற்ற இடமில்லாமல்
நசநசக்கும் நாப்கின் போலவும்
மெல்ல மாறிக் கொண்டிருக்கிறது
மின் கசியும் வழக்கமுள்ள
சுவர்களைத் தொடுவது
உடன் பிறந்தவரின்
தற்கொலைக் கடிதத்தைப்
பிரிப்பது போல்
நடுக்கம் தருகிறது
முதியவர்கள் மாத்திரை அட்டைகளை
கூடுதலாய்ச் சேமிக்க
தயக்கத்துடன்
மகன்களிடம் விண்ணப்பிக்கிறார்கள்
குழந்தைகள்
ஒரு கொடுங்கனவின் ஞாபகங்களுடன்
எழுப்பும் கேள்விகள்

அம்மாக்களின் ஆற்றாமையில்
சுடுசொற்களாகின்றன
வானிலைச் சொல்லிகள்
சகுனங்களை மொழி பெயர்ப்பதை
போர்ச்செய்தியைப் போல்
பகிர்ந்து கொள்கிறார்கள்
வாங்கிய ப்ளாட்டில்
நீர் தேங்கியிருக்கிறதா என
பார்க்க விரைகிறார் யாரோ ஒருவர்
பதனப்பெட்டிகள்
இரட்டைப் பிள்ளைகளைச் சுமப்பவள் போல்
மூச்சிரைக்கின்றன
சிறப்புப் பிரார்த்தனைக்கு
ஆயத்தமாகிக் கொண்டிருக்கிறார்கள்
மத குருமார்கள்
செங்கோலில்
காது குடைந்து கொண்டிருக்கிறது விதி
நலம் விசாரிக்கும் தாய்க்கு
'அப்படில்லாம் ஒண்ணும் ஆகாது
நாளைக்கு நின்னுரும்னுதான் சொல்றாங்க' என்கிறாள்
நகருக்குப் புதிதாய் மணமாகி வந்திருக்கும்
மகள்

66. இரயிலின் பயணம்

அவர் வாழ்நாளெல்லாம் பயன்படுத்திய
ஊதல் கருவியை
ஆவணப்படமெடுக்க வந்தவனுக்கு
இனாமாய் வழங்கினான் மகன்வெற்றிலைச் செல்லத்தின்
வாசனையேறிய சீவாளிகளை
தடவித் தடவிப் பார்த்தபடி
உறையிலிட்டு எடுத்துக் கொண்டவன்
இரயிலின் ஜன்னல் ஒளியை
ரசித்தபடி உறங்கிப் போனான்
கனவில் மீண்டும் மீண்டும்
அந்த நீண்ட நாசி
பல துவாரங்களுடன்
மூச்சு விட்டுக் கொண்டிருக்கிறது

67

வற்றிய நதித்துறைகள் கொண்ட
தேசத்தின் கடல் மேல்
பெய்யும் மழை
கொஞ்சமே கொஞ்சம் கரிப்பை
தளர்த்துகிறது
வலி போர்த்திய புன்னகைகளிடையே
எளிய பொம்மைகளின்
இயக்கத்திற்கு மகிழும்
குழந்தைகளின் சிரிப்பு
பிரிவுத் துயர் தாளாத பாரத்தோடு
அடுத்த விமானத்திற்குக் காத்திருப்பவன் முன்
திடீரென
Flash mob நடனம்
துவங்குவதாய்

68

ஒரு திமிங்கலத்தின் மரபணு
பொதித்திருக்கும் ஞாபகத்தை
எழுதிப் பார்க்க விழைகிறது இவ்விரவு
கிளையுயரம் பெருகிய வெள்ளத்தின்
அதிர்கணத்தில்
ஒரு கூடு மிதக்கிறது
பிறகு சுள்ளி சுள்ளியாக
நழுவத் துவங்குகிறது
பனிக்குகைக்குள்
ஏந்தி நடக்கிற தீப்பந்தம்
ஒளியேற்றும் சுவர்கள்
பேசப் பேசப் பெருகும் சொற்கள்
குகைச் சுவர் உருகுகிறது
வலசைப் பறவைகளின்
நீண்ட யாத்திரையில்
பருகத் தாழும்போது எதிர்ப்படும்
ஒரு
வெந்நீர் நதி
ஏதோ ஒருநாள்
கங்காரு தன் மடியை
பாரக்குறைப்பு செய்தாக வேண்டி இருக்கிறது

காற்றோ தாழ் மண்டலங்களுக்கு
ஈமப் பாண்டத்தின் மூன்றாம் துளை
ஒருபுறம் பார்வையற்ற பறவை தவறவிடும்
தானியச் சரத்தைப் போல்
சொட்டி நிற்கிறது
எடைக்குறைவான குழந்தையின்
பாரமும்
ஒரு வாய்மூடிய கலயத்தின்
பாரமும்
சமன்குலைவுக்குரியன
நாங்கள் எரிகாட்டில் விளைந்த
படர் கனிகளைப்
புசித்து வெளியேறினோம்

69. தகனத்திற்குப் பின்

எழுதியதும் பெயர்கள் தொலையும்
புத்தகத்தில்
ஓர் ஆயுத எழுத்தை விட்டு வந்தேன்
மறதியின் பெருந்தெய்வத்தை
விரும்பித் தொழுபவர்கள்
காலத்தின் பலிமேடையில் வைப்பது
மிகச் சுகித்த நாள்களின்
சூரியச் சாம்பலைத்தான்
கண்டங்கடக்கும்
வலசைப் பறவையின் இரைப்பையில்
மிக ருசித்த கனியின் விதை
கடலின் ஏதோ ஒரு அலையில்
அதன் அடிவயிற்றுப் பிம்பம்
ஒரே ஒரு கணம்
நம்ப விரும்புமோர் பொய் போல
சிமிட்டியது

70. சற்றே கலைந்த பட்டியல்

சினிமா தியேட்டர் சிறுநீர்க் கோப்பையின் மேல்
சாக்பீஸில் நடிகையின் வரைபடம்
நூலகத்தில் எடுத்த வாடகைப்புத்தகத்தில்
யாருக்கோ கொடுத்திருந்த முத்தத்தின் லிப்ஸ்டிக்
வானவில் பாறை மேல் ஏசு வருகிறார்
நாடு முழுக்க ஒரே நாளில்
ரூபாய் நோட்டுகள் செத்த நாளில்
அதிலிருந்த ஆர்ட்டின்கள்
கோட்டையின் நூற்றாண்டுப் பழைய சுவர்
சுரண்டிச் செதுக்கியிருந்த பெயர்கள்
பொதுக் கழிவறையில் படம் வரைந்து
பாகம் குறித்துச் சொன்ன காதல்
சமணப் பள்ளிகளின் தாழ்பாறை
சிற்பங்களருகே கரிக்கோடுகளில்
பைத்திய விடுதிகளின்
தனியறைச் சுவர்களில்
இரத்தத்தில்
ட்யூப்லைட்டின் உபயதாரர் பெயர்
சிறைச் சுவர்களில்
நேயர் விருப்பங்களில்
அர்ப்பணித்த பாடல்களில்
மொட்டைக் கடுதாசிகளில்
தொலைக்காட்சி ஸ்க்ரோலிங்
டிஜிட்டல் லவ் யூ

நடிகர் முரளி கடவுள் வாழ்க!
உதிரிகளின்
உதிரிச் செய்திகள்
முன்னாள் காதலியின்
திருமண மொய்நோட்டில் கணக்குப் போட்டு
செட்டில் செய்பவர்
கத்தரிக்கப்பட்ட செய்திகள் என்று
சொன்ன அறிஞன் பெயர் என்ன?
நடிகையர் கிசுகிசு
டாட்டு
கிமு கிபி பொயுமு
ப்ராய்டு
நார்சிஸம்
அடையாளச் சிக்கல்
சீனிக்
பெர்வர்ஷன்
எல்லாம் பேசும் அவள்
தற்கொலைத்த பிறகு
பிரேதப் பரிசோதனையில்
முந்தைய நாள்

பச்சை குத்தியிருந்த பெயர் மற்றும்
வாசகங்கள்
என சகலத்தையும்
தம் முதுமைக்கால காலைநடையில்
தனித்தனியே
கடவுளும் சாத்தானும் வாசித்து
ஒன்றாக
லாப்பிங் தெரபி வகுப்பில் நினைத்து
நினைத்து
சிரிக்கின்றனர்
பிறகு விந்து வங்கியிலும்

71. தீபாவளி

அடை திறந்த கூடதிரக் கொண்டாடுகிறது
ஊர்
அரண்ட விழிகள் நமைப் பார்க்க இடுங்குகிறது
வளர்ப்புப் பறவை
வாலொடுங்கி மறைவிடத்தை விட்டு நகரவில்லை
நாய்
குன்றடிவாரத்தில் அகவும் மயில்
தூரப் பறந்திருக்க வேண்டும்
அரவமில்லை
மண்பாண்டத்துள்
குளவி நுழைந்து ரீங்கரிப்பதாய்
எல்லாக் கதவுகளையும் அடைத்த பின்னும்
உறங்காமல்
வாய் திறந்த கேவல்களுடன்
குழந்தை
அழுகை ஓயாத அனத்தல்களுடன்
ஒரு தாய்
செய்வதறியாமல் தோளில் சுமந்து
தேற்ற விழையும்
ஒரு தகப்பன்
கொலைக் கொண்டாடிகள் சூழ
இருக்கக் கூடும் வெவ்வேறு ஊரில்

72

மயானத்துப் புகை
உடல் வாசனையுடன்
அண்டை மரங்களின் இலை ரேகைகளில்
சாம்பலாய்ப் படிய
பனைமுறியும் நிலமாய்
வறண்டுவிட்ட சொற்களில்
ஒலித்துக் கொண்டே இருக்கும் குரல்
எதிரே கண்ணீர் வழிவதறியாமல்
இசைத்துக் கொண்டிருக்கும்
பார்வையற்றவனின் இசையாய்
வருடுகிறது
தனிமையின் பலிமேடையில்
தன் நிழலை அரிந்து வைத்து
காத்திருப்பவர்கள்
வளர்ப்புப் பிராணியுடன் பேசுவது
ஒரு சிறுபாதையின் துவக்கம்
அந்தி மந்தாரையின் விதைகள்
விஷமுள்ளவை
வண்ணத்துப் பூச்சிகளைத் தின்பவனின்
மரணம் காணச் சகியாதது
ஓர் எளிய சுழற்சியில்
இந்தத் தாவரத்திற்கான
பூக்கும் கீற்று புறப்பாடு கொள்ளலாம்

காற்றின் சிறுவிசையில்
அந்த நாணயம் நல்லின்பத்தின் பக்கம்
தலைபிறழக் கூடும்
ஒரு சன்னதத்தை நம்பி
பெயர்வை ஒத்தி வைக்கலாம்
அன்பில் எளியர்
அற்புதம் எப்போதும்
அனிச்சைபோல் தோற்றமளிக்கும்
மழையீர்ப்பு விசை
ஆனால்
அனிச்சைக்கு முந்தைய கணமோ
அறுந்த பாகத்தை ஒட்டவைக்க
அவசர ஊர்தியில் உதிரம் வழிய
சுமந்திருத்தல்

73. சூரியனின் பாதச்சுவடு

வனத்தைக் கடக்கும் நீரோடையில்
சூரியன்
ஒரு குழந்தையின் பாதச் சுவடுகளோடு
நடக்கிறான்
அந்தரங்கமாய் அலங்கரித்துக் கொள்ளும்
ஒரு நடனப்பெண்ணின் சாயலுடன்
உதிரும் இலையை முத்தமிடும்
ஓடைமீனின் இரை அவா
அலகொன்று தவறவிட்ட
மண்புழுவில் பூர்த்தியாகிறது
அனிச்சைகளால் இயங்கும்
இப்பேருலகில்
மகிழ்ச்சியின் இரைப்பையில்
விழுங்கப்பட்டிருக்கும் இக்கணம்
எவ்வளவு வழங்கப்பட்டிருக்கிறதோ
அவ்வளவுக்கும் அவ்வளவு
போதுமானது
பறவைக் குஞ்சின் நாக்கில்
அந்தி வெய்யில்
ஒளிச் சேனை வைக்கும் இரை நேரம்
ஜெட் புகை கிழித்த

சடுகுடுக் கோடு
பொருட்டின்றி
கூடேகும் பறவைகளின்
ஆரம் நகர்வது
நீரில் மீன்களோடு வலை ஊர்வதாய்
கடற்கரைக் கோவிலின்
சிலைகளின் புன்னகையை

உப்புக் காற்று கரைத்தெடுப்பதாய்
இரவு கவிந்து வருகிறது
சாக்குருவிகள் சாலையோரப் புதர்களில்
மின்னொளியில் பறக்கும் பூச்சிகளுக்கு
ஒளிக்கண்ணி விரித்துக் காத்திருக்கின்றன
மருதாணி காய்ந்து கொண்டிருக்கும்
விரல்களுடன் உறங்கும் மனைவிக்கு
கொஞ்சம் பால்யச் சாயல்
படர்ந்திருக்கிறது
தன் பச்சையப் புன்னகையை
மெல்ல சமவெளியிலிருந்து சுருக்கி
மலைமுகடுகளில்
உறையவைக்கும் வசந்தகாலம்
இலை துளிர்த்த விரல் முகடுகளோடு

ஆதி வாசனை பரவ
உறக்கத்தில் புரளும் உடல்
காளான்கள் வளரும் வேகத்தில்
கனவு கிளைத்துக் கொண்டிருக்கிறது
உடலோ
நிலாத் தேய்ந்த அளவு
மீச்சிறு கவனத்துடன்
மூச்சால் மட்டும் அசைந்து
எப்போதும் போல் சூரியன்
பகலைப் பூக்களில் துவங்கி
அந்தியை
இலைகளின் கீழிருந்து
ஆரம்பிக்கும் ஒரு நாளாக
விடியப் போவதில்லை
நாள்

ஆசிரியர் குறிப்பு

நேசமித்ரன் என்ற புனைப்பெயரில் எழுதி வரும் திரு.ராம்சங்கர் திண்டுக்கல்லைச் சேர்ந்தவர். கவிஞர், புனைகதை எழுத்தாளர், மற்றும் மொழிபெயர்ப்பாளர். பெரும்பாலான இவரது படைப்புகள் பெண்ணியம் குறித்தும் நவீன இந்திய சமூகக் கலாச்சாரத்தின் மீதான அறிவியலின் தாக்கம் குறித்தும் படிமங்களின் வழி உரையாடுபவை. இவரது முதல் கவிதைத் தொகுப்பான 'கார்ட்டூன் பொம்மைக்குக் குரல் கொடுப்பவள்' 2010 உயிர்மை பதிப்பகத்தாரால் வெளியிடப்பட்டது. இரண்டாவது கவிதைத் தொகுதி 'மண்புழுவின் நான்காவது இதயம்'. 'உதிரிகளின் நீலப்படம்' எனும் விமர்சனக் கட்டுரைகளின் தொகுப்பு 2013ல் வலசை பதிப்பகத்தின் வெளியீடுகள். ஜெல்லி மீன்கள் கரையொதுங்கும் கடல் இவரது மூன்றாவது கவிதைத் தொகுப்பு. மேகா பதிப்பகத்தால் 2015ஆம் ஆண்டு வெளியிடப்பட்டது

2010ல் நிறுவிய வலசை என்ற சிற்றிதழின் ஆசிரியர்.
மூன்றாம் பாலினம், குழந்தைகளின் அக உலகம்,
மரணம் என வெவ்வேறு பிரச்சினைப்பாடுகளைப்
பேசிய வலசையில் வெளியான நவீனச் சிறுகதைகளைத்
தொகுத்து இரண்டு பிக்சல் குறைவான
கடவுள் என்றொரு சிறுகதைத் தொகுப்பையும்
வெளியிட்டுள்ளார். இவரது கவிதைகள் உலகளாவிய
நல்லிணக்கம் மற்றும் அமைதிக்காக (Global harmony
and peace) திரு. மதன்காந்தி தொகுத்த அனைத்துலக
தொகை நூலொன்றில் இடம் பெற்றிருக்கிறது. இவரது
கவிதைகள் மொழிபெயர்ப்பாளர் கவிஞர் ரிஷி (லதா
ராமக்ருஷ்ணன்) மொழிபெயர்ப்பில் 'Muse India' இதழில்
வெளிவந்திருக்கின்றன. இவரது மூன்றாவது கவிதைத்
தொகுதி 2016ஆம் ஆண்டிற்கான 'களம் புதிது விருது'
இவருக்கு வழங்கப்பட்டிருக்கிறது. இவரது சமீபத்திய
நான்கு கவிதைத் தொகுப்புகள் ஸீரோ டிகிரி பப்ளிசிங்
பதிப்பகத்தாரால் வெளியிடப்படுகின்றன.

1. துடிக்கூத்து
2. நன்னயம்
3. பின்னங்களின் பேரசைவு
4. அயல் மகரந்தச் சேர்க்கை

www.ingramcontent.com/pod-product-compliance
Lightning Source LLC
LaVergne TN
LVHW091609170726
843492LV00007B/2319